Impressum
Verlag: BABADADA GmbH, Nedderfeld 112 , 22529 Hamburg
Geschäftsführer / Verlagsleitung: Harald Hof
Druck: Books on Demand GmbH, In de Tarpen 42, 22848 Norderstedt

Imprint
Publisher: BABADADA GmbH, Nedderfeld 112 , 22529 Hamburg, Germany
Managing Director / Publishing direction: Harald Hof
Print: Books on Demand GmbH, In de Tarpen 42, 22848 Norderstedt

el aula
phòng học

dividir
chia

186/2

el pizarrón
bảng viết

el patio de la escuela
sân trường

el maestro
giáo viên

el papel
giấy

escribir
viết

la birome
cây bút

el escritorio
bàn làm việc

la regla
cây thước

el libro
sách

el alumno
học sinh

la mochila

cặp đeo vai học sinh

la caja de lápices

hộp đựng bút

el lápiz

bút chì

el sacapuntas

cái gọt bút chì

la goma (de borrar)

cục tẩy

el bloc de dibujo

tập giấy vẽ

el dibujo
bản vẽ

el pincel
cọ vẽ

la caja de pinturas
hộp mực vẽ

la tijera
cây kéo

el pegamento
keo dán

el cuaderno de ejercicios
sách bài tập

la tarea
bài tập ở nhà

el número
số

sumar
cộng

restar
trừ

multiplicar
nhân

calcular
tính toán

la letra
chữ cái

el abecedario
bảng chữ cái

la palabra
từ

el texto

văn bản

leer

đọc

la tiza

phấn viết

la lección

bài học

el cuaderno de clase

sổ lớp

el examen

thi kiểm tra

el certificado

chứng chỉ

el uniforme escolar

đồng phục học sinh

la educación

giáo dục

la enciclopedia

từ điển bách khoa

la universidad

đại học

el microscopio

kính hiển vi

el mapa

bản đồ

el tacho (de basura)

thùng rác giấy

el colegio - trường học

el hotel
khách sạn

el hostel
nhà trọ

la casa de cambio
quầy đổi tiền

la valija
va li

el auto
xe ô tô

el idioma

ngôn ngữ

sí / no

có / không

Está bien

ô kê

hola

Xin chào

el traductor

thông dịch viên

Gracias

cám ơn

¿cuánto cuesta...?

... bao nhiêu tiều?

No entiendo

tôi không hiều

el problema

vấn đề

¡Buenas tardes!

Xin chào! (buổi tối)

¡Buenos días!

xin chào! (buổi sáng)

¡Buenas noches!

chúc ngủ ngon!

el adiós

tạm biệt

la dirección

hướng đi

el equipaje

hành lý

el bolso

túi xách

la mochila

túi ba lô

el invitado

khách

la habitación

phòng

la bolsa de dormir

túi ngủ

la carpa

lều

la información turística

thông tin du lịch

la playa

bãi biển

la tarjeta de crédito

thẻ tín dụng

el desayuno

ăn sáng

el almuerzo

ăn trưa

la cena

ăn tối

el pasaje

vé xe

el ascensor

thang máy

el sello

tem bưu điện

la frontera

biên giới

la aduana

hải quan

la embajada

đại sứ quán

la visa

thị thực

el pasaporte

hộ chiếu

el avión
máy bay

el barco
tàu thủy

la autobomba
xe cứu hỏa

el colectivo
xe buýt

el camión
xe tải

la lancha a motor
xuồng máy

la bicicleta
xe đạp

el auto
xe ô tô

el ferry

phà

el bote

xuồng

la moto

xe máy

el patrullero

xe cảnh sát

el auto de carreras

xe đua

el auto de alquiler

xe cho thuê

el alquiler de autos

dịch vụ thuê xe tự lái

la grúa

xe kéo cứu hộ

el camión de la basura

xe rác

el motor

động cơ

la nafta

xăng

la estación de servicio

trạm xăng

la señal de tránsito

biển báo giao thông

el tránsito

giao thông

el embotellamiento

ách tắc giao thông

el estacionamiento

bãi đậu xe

la estación de tren

nhà ga

las vías

đường ray

el tren

xe lửa

el tranvía

tàu điện

el vagón

toa xe

el helicóptero

máy bay trực thăng

el aeropuerto

sân bay

la torre

tháp

el pasajero

hành khách

el contenedor

côngtenơ

la caja de cartón

thùng các-tông

la carretilla

xe đẩy

la canasta

cái giỏ

despegar / aterrizar

cất cánh / hạ cánh

la ciudad
thành phố

el pueblo

làng

el centro de la ciudad

trung tâm thành phố

la casa

nhà

el cine / rạp chiếu phim

la publicidad / quảng cáo

el farol / đèn đường

la calle / đường phố

el taxi / taxi

el kiosco / quán ăn nhẹ

el peatón / người đi bộ

la vereda / vỉa hè

el paso peatonal / phần đường có vạch cho người đi bộ

contenedor de basura / ng rác lớn

el cruce / ngã tư giao thông

el semáforo / đèn hiệu giao thông

la cabaña
....
nhà chòi

el departamento
....
căn hộ

la estación de tren
....
nhà ga

la municipalidad
....
tòa thị chính

el museo
....
viện bảo tàng

el colegio
....
trường học

la universidad

đại học

el banco

ngân hàng

el hospital

bệnh viện

el hotel

khách sạn

la farmacia

hiệu thuốc

la oficina

văn phòng

la librería

hiệu sách

el negocio

cửa hiệu

la florería

cửa hiệu bán hoa

el supermercado

siêu thị

el mercado

chợ

las grandes tiendas

cửa hàng bách hóa

la pescadería

người bán cá

el centro comercial

trung tâm mua bán

el puerto

bến cảng

el parque

công viên

el banco

ghế băng

el puente

cầu

las escaleras

cầu thang

el subte

tàu điện ngầm

el túnel

đường hầm

la parada del colectivo

trạm xe buýt

el bar

quán bar

el restaurante

khách sạn

el buzón

hòm thư công cộng

el letrero

bảng hiệu đường

el parquímetro

đồng hồ đậu xe

el zoológico

vườn bách thú

la pileta

bể bơi

la mezquita

nhà thờ Hồi giáo

la granja

nông trại

la contaminación

ô nhiễm môi trường

el cementerio

nghĩa trang

la iglesia

nhà thờ

los juegos infantiles

sân chơi

el templo

ngôi đền

el paisaje

phong cảnh

la hoja
lá cây

el poste indicador
bảng chỉ đường

el camino
lối đi

la pradera
bãi cỏ

la piedra
hòn đá

el árbol
cây

el excursionista
người đi bộ đường dài

el río
sông

la hierba
cỏ

la flor
bông hoa

el valle

thung lũng

la montaña

đồi

el lago

hồ nước

el bosque

rừng

el desierto

sa mạc

el volcán

núi lửa

el castillo

lâu đài

el arco iris

cầu vồng

el champiñón

nấm

la palmera

cây cọ

el mosquito

con muỗi

la mosca

con ruồi

la hormiga

con kiến

la abeja

con ong

la araña

con nhện

el escarabajo

bọ cánh cứng

la rana

con ếch

la ardilla

con sóc

el erizo

con nhím

la liebre

con thỏ

la lechuza

con cú

el pájaro

con chim

el cisne

thiên nga

el jabalí

heo rừng

el ciervo

con hươu

el alce

nai sừng tấm

la presa

đê

el aerogenerador

tuabin gió

el panel solar

tấm năng lượng mặt trời

el clima

khí hậu

el paisaje - phong cảnh

el mozo
bồi bàn

el menú
thực đơn

la silla
ghế

la sopa
súp

la pizza
bánh pizza

los cubiertos
bộ dao nĩa ăn

el mantel
khăn trải bàn

la entrada

món ăn khai vị

el plato principal

món ăn chính

el postre

món tráng miệng

las bebidas

thức uống

la comida

thức ăn

la botella

cái chai

la comida rápida

thức ăn nhanh

la comida callejera

thức ăn đường phố

la tetera

ấm trà

la azucarera

hộp đường

la porción

khẩu phần

la cafetera expreso

máy pha espresso

la sillita alta

ghế cao

la cuenta

hóa đơn

la bandeja

khay

el cuchillo

dao

el tenedor

nĩa

la cuchara

thìa

la cucharita

thìa uống trà

la servilleta

khăn ăn

el vaso

cốc thủy tinh

el plato

đĩa

el plato hondo

đĩa súp

el plato

đĩa lót cốc

la salsa

nước sốt

el salero

lọ muối

el molinillo de pimienta

cái xay tiêu

el vinagre

giấm

el aceite

dầu

las especias

gia vị

el kétchup

nước xốt cà chua

la mostaza

tương hạt cải

la mayonesa

nước sốt mayonnaise

la oferta especial
chào giá đặc biệt

el cliente
khách hàng

los lácteos
sản phẩm từ sữa

la fruta
trái cây

el changuito
xe đẩy mua sắm

FOR

la carnicería

lò mổ

la panadería

cửa hiệu bán bánh mì

pesar

cân nặng

las verduras

rau quả

la carne

thịt

los alimentos congelados

thức ăn đông lạnh

los fiambres

lát thịt nguội

los alimentos enlatados

đồ hộp

el detergente en polvo

bột giặt

las golosinas

đồ ngọt

los electrodomésticos

sản phẩm dùng trong gia đình

los productos de limpieza

chất tẩy rửa

la vendedora

người bán hàng

la caja

quầy trả tiền

el cajero

nhân viên thu ngân

la lista de compras

danh sách mua sắm

el horario de atención

giờ mở cửa

la billetera

ví tiền

la tarjeta de crédito

thẻ tín dụng

la cartera

túi đeo

la bolsa de plástico

túi ny lông

el agua

nước

el jugo

nước quả ép

la leche

sữa

la bebida cola

coca-cola

el vino

rượu vang

la cerveza

bia

el alcohol

cồn

el cacao

cacao

el té

trà

el café

cà phê

el café expreso

espresso

el cappuccino

cappuccino

la banana

chuối

la manzana

quả táo

la naranja

quả cam

el melón

dưa hấu

el limón

chanh

la zanahoria

cà rốt

el ajo

tỏi

el bambú

tre

la cebolla

củ hành

el champiñón

nấm

las nueces

hạt dẻ

los fideos

mì

los tallarines

mì spaghetti

el arroz

cơm

la ensalada

xà lách

las papas fritas

khoai tây chiên

las papas fritas

khoai tây chiên

la pizza

bánh pizza

la hamburguesa

bánh hamburger

el sándwich

bánh mì sandwich

el churrasco

thịt côtlet

el jamón

thịt giăm bông

el salame

xúc xích

la salchicha

dồi

el pollo

gà

el asado

rán

el pescado

cá

los copos de avena

cháo yến mạch

el muesli

cháo muesli

los copos de maíz

bánh bột ngô nướng

la harina

bột mì

la medialuna

bánh sừng bò

el pancito

bánh mì

el pan

bánh mì

la tostada

bánh mì nướng

las galletitas

bánh bích quy

la manteca

bơ

la cuajada

sữa đông

la torta

bánh ngọt

el huevo

trứng

el huevo frito

trứng rán

el queso

pho mát

el helado

kem

el azúcar

đường

la miel

mật ong

la mermelada

mứt

la pasta de chocolate

kem nougat

el curry

cà ri

la granja
nhà nông trại

el fardo de paja
kiện rơm

el granero
nhà vựa

el campo
cánh đồng

el caballo
con ngựa

el remolque
xe moóc

el potrillo
ngựa con

el tractor
máy kéo

el burro
con lừa

el cordero
cừu con

la oveja
con cừu

la cabra

con dê

la vaca

con bò

el ternero

con bê

el cerdo

con lợn

el lechón

lợn con

el toro

bò đực

el ganso

con ngỗng

el pato

con vịt

el pollo

gà con

la gallina

gà mái

el gallo

gà trống

la rata

con chuột

el gato

mèo

el ratón

chuột nhắt

el buey

bò đực

el perro

con chó

la cucha

nhà chuồng chó

la manguera

ống tưới vườn cây

la regadera

thùng tưới cây

la guadaña

lưỡi hái

el arado

cái cày

la hoz

cái liềm

la azada

cái cuốc

la horquilla

cái chĩa

el hacha

cái rìu

la carretilla

xe cút kít

el abrevadero

máng ăn

la lechera

lọ sữa

la bolsa

bao tải

la reja

hàng rào

el establo

chuồng

el invernadero

nhà kính trồng cây

el suelo

đất trồng

la semilla

hạt giống

el fertilizador

phân bón

la cosechadora

máy gặt đập liên hợp

cosechar

thu hoạch

la cosecha

mùa thu hoạch

las batatas

khoai lang

el trigo

lúa mì

la soja

đậu nành

la papa

khoai tây

el maíz

ngô

la semilla de colza

hạt cải dầu

el árbol frutal

cây ăn trái

la mandioca

sắn

los cereales

ngũ cốc

la chimenea
ống khói

el techo
mái nhà

el caño de desagüe
ống máng nước mưa

la ventana
cửa sổ

el garaje
ga ra

el timbre
chuông cửa

la puerta
cửa

el tacho de basura
thùng rác

el buzón
hòm thư

el jardín
vườn

el living

phòng khách

el baño

phòng tắm

la cocina

bếp

el dormitorio

phòng ngủ

el cuarto de los chicos

phòng trẻ em

el comedor

phòng ăn

el piso

nền nhà

la pared

tường

el cielorraso

trần nhà

el sótano

tầng hầm

el sauna

tấm hơi

el balcón

ban công

la terraza

sân hiên

la pileta

bể bơi

la cortadora de pasto

máy cắt cỏ

la sábana

khăn trải giường

el acolchado

khăn trải giường

la cama

giường

la escoba

chổi

el balde

cái xô

el interruptor

công tắc điện

el empapelado
giấy dán tường

la imagen
hình ảnh

la lámpara
đèn

el estante
cái kệ

el armario
tủ

la televisión
tí vi

la chimenea
lò sưởi

la flor
bông hoa

el almohadón
gối

el sofá
ghế sofa

el florero
bình hoa

el control remoto
điều khiển từ xa

la alfombra
thảm

la cortina
rèm

la mesa
cái bàn

la silla
ghế

la mecedora
ghế bập bênh

el sillón
ghế bành

el libro

sách

la frazada

cái chăn

la decoración

đồ trang trí

la leña

củi

la película

phim

el equipo de música

máy hi-fi

la llave

chìa khóa

el diario

báo

la pintura

bức tranh

el póster

áp phích

la radio

radio

el cuaderno

sổ ghi chép

la aspiradora

máy hút bụi

el cactus

cây xương rồng

la vela

cây nến

la heladera
tủ lạnh

el microondas
lò viba

la balanza de cocina
cái cân trong bếp

la tostadora
máy nướng bánh

el detergente
chất tẩy rửa

el horno
lò nướng

el freezer
ngăn tủ đông lạnh

el tacho de basura
thùng rác

el lavaplatos
máy rửa bát

la cocina
lò nấu

la olla
nồi

la olla de hierro fundido
nồi sắt

el wok
chảo

la sartén
chảo

la pava
ấm đun nước

la vaporera

nồi đun hơi

la bandeja de horno

khay lò nướng

la vajilla

bát đĩa

la taza

cốc

el bol

cái bát

los palitos

đũa

el cucharón

cái vá

la espátula

bàn xẻng

la batidora

que đánh kem

el colador

rây dùng trong bếp

el colador

cái rây lọc

el rallador

cái nạo

el mortero

vữa

la parrilla

vỉ nướng

la fogata

ngọn lửa trần

la tabla de picar

cái thớt

el palo de amasar

trục cán bột

el sacacorchos

cái mở nút chai

la lata

vỏ đồ hộp

el abrelatas

cái mở vỏ đồ hộp

la manopla

miếng nhấc nồi

la pileta

bồn rửa bát

el cepillo

bàn chải

la esponja

miếng xốp

la batidora

máy xay

el congelador

tủ đông lạnh

la mamadera

bình sữa cho trẻ sơ sinh

la canilla

vòi nước

la calefacción
lò sưởi

la ducha
vòi hoa sen

la toalla
khăn lau

la cortina de la ducha
rèm che ngăn tắm

el baño de espuma
tắm bọt

la bañadera
bồn tắm

el vaso
cốc thủy tinh

el lavarropas
máy giặt

la canilla
vòi nước

las baldosas
gạch lát

la pelela
cái bô

la pileta
bồn rửa bát

el inodoro

bồn cầu

la letrina

bồn cầu ngồi xổm

el bidé

bồn rửa hậu môn

el mingitorio

bồn tiểu tiện

el papel higiénico

giấy vệ sinh

el cepillo para el inodoro

bàn chải cọ bồn cầu

el cepillo de dientes

bàn chải đánh răng

el dentífrico

kem đánh răng

el hilo dental

chỉ nha khoa

lavar

rửa

la ducha de mano

vòi sen cầm tay

la ducha higiénica

vòi rửa hậu môn

la palangana

bồn rửa

el cepillo para la espalda

bàn chải cọ lưng

el jabón

xà phòng

el gel de ducha

sữa tắm

el shampoo

dầu gội

la toallita

khăn cọ để tắm

el desagüe

lỗ thoát nước

la crema

kem

el desodorante

chất khử mùi

el espejo

gương

el espejito

gương tay

la maquinita de afeitar

dao cạo râu

la espuma de afeitar

kem cạo râu

el aftershave

nước thơm dùng sau khi cạo râu

el peine

cái lược

el cepillo

bàn chải

el secador de pelo

máy xấy tóc

el spray

keo xịt tóc

el maquillaje

đồ trang điểm

el lápiz de labios

thỏi son môi

el esmalte para uñas

sơn bôi móng

el algodón

bông

la tijera para uñas

kéo cắt móng

el perfume

nước hoa

el portacosméticos

túi đựng đồ tắm

la banqueta

ghế đẩu

la balanza

cái cân

la bata

áo choàng tắm

los guantes de goma

găng tay làm vệ sinh

el tampón

nút gạc

la toallita femenina

băng vệ sinh

el baño químico

nhà vệ sinh hóa chất

el despertador
đồng hồ báo thức

el peluche
thú bông

el coche de juguete
xe đồ chơi

el sonajero
cái lúc lắc

la casa de muñecas
nhà búp bê

el regalo
món quà

el globo

bong bóng

la cama

giường

el cochecito

xe nôi

las cartas

trò chơi bài

el rompecabezas

trò chơi ghép hình

la historieta

truyện tranh

las piezas de lego

gạch Lego

los ladrillos de juguete

khối xếp hình

la figura de acción

nhân vật hành động

el enterito (de bebé)

o liền quần cho trẻ sơ sinh

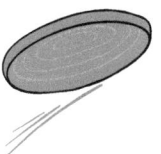

el frisbee

đĩa nhựa để ném

el móvil para bebés

đồ chơi treo trên giường

el juego de mesa

trò chơi cờ bàn

los dados

xúc xắc

el tren eléctrico

đồ chơi xe lửa mô hình

el chupete

ti giả

la fiesta

buổi tiệc

el libro de cuentos ilustrado

sách tranh

la pelota

quả bóng

la muñeca

búp bê

jugar

chơi

el arenero

hố cát

la hamaca

cái đu

los juguetes

đồ chơi

la consola de videojuegos

máy chơi game cầm tay

el triciclo

xe ba bánh

el osito de peluche

gấu bông

el armario

tủ quần áo

la ropa
y phục

las medias

bít tất

las medias panty

bít tất dài

las calzas

quần tất

la bufanda
khăn choàng cổ

el paraguas
ô che mưa

el cinturón
dây thắt lưng

la remera
áp phông

las botas
ủng

las pantuflas
dép đi trong nhà

las zapatillas
giày sneaker

las sandalias

dép xăng đan

los zapatos

giày

las botas de goma

ủng cao su

la ropa interior

quần lót

el corpiño

áo ngực

el chaleco

áo vest

el body

áo ôm sát cơ thể

los pantalones

quần dài

los jeans

quần bò

la pollera

váy

la blusa

áo cánh

la camisa

áo sơ mi

el pulóver

áo len chui đầu

el buzo

áo len

el blazer

áo blazer

la campera

áo jacket

el tapado

áo khoác

el piloto

áo mưa

el traje

trang phục

el vestido

áo váy

el vestido de novia

áo cưới

el traje

bộ com lê

el camisón

áo ngủ

el pijama

pijama

el sari

trang phục sari

el pañuelo para la cabeza

khăn trùm đầu

el turbante

khăn đội đầu

la burka

áo burka

el caftán

áo captan

la abaya

áo aba

el traje de baño

quần áo bơi

el short de baño

quần bơi

los shorts

quần đùi

el jogging

quần áo tracksuit

el delantal

tạp dề

los guantes

găng tay

el botón

cái cúc

los anteojos

kính mắt

la pulsera

vòng đeo tay

el collar

vòng cổ

el anillo

nhẫn

el aro

hoa tai

la gorra

mũ lưỡi trai

la percha

cái mắc treo áo quần

el sombrero

mũ

la corbata

cà vạt

el cierre

dây kéo phéc mơ tuya

el casco

mũ bảo hiểm

los tiradores

dây đeo quần

el uniforme escolar

đồng phục học sinh

el uniforme

đồng phục

el babero

yếm trẻ em

el chupete

ti giả

el pañal

tã lót

la oficina
văn phòng

el servidor
máy chủ

el archivero
tủ hồ sơ

la impresora
máy in

el papel
giấy

el monitor
màn hình

el escritorio
bàn làm việc

el mouse
chuột máy tính

la carpeta
thư mục

el teclado
bàn phím

el tacho (de basura)
thùng rác giấy

la silla
ghế

la computadora
máy tính

la taza de café

cốc cà phê

la calculadora

máy tính bỏ túi

el internet

internet

la laptop

laptop

la carta

thư

el mensaje

tin nhắn

el celular

điện thoại di động

la red

mạng

la fotocopiadora

máy photocopy

el software

phần mềm

el teléfono

điện thoại

el tomacorriente

ổ cắm điện

el fax

máy fax

el formulario

mẫu đơn

el documento

chứng từ

comprar
mua

pagar
trả tiền

hacer negocios
buôn bán

el dinero
tiền

el dólar
đô la

el euro
Euro

el yen
yên

el rublo
rúp

el franco suizo
franc Thụy Sĩ

el yuan
nhân dân tệ

la rupia
rupi

el cajero automático
máy rút tiền tự động

la casa de cambio

quầy đổi tiền

el oro

vàng

la plata

bạc

el petróleo

dầu

la energía

năng lượng

el precio

giá tiền

el contrato

hợp đồng

el impuesto

thuế

la acción

cổ phiếu

trabajar

làm việc

el empleado

nhân viên

el empleador

chủ lao động

la fábrica

nhà máy

el negocio

cửa hiệu

el policía
nhân viên cảnh sát

el bombero
lính cứu hỏa

el cocinero
đầu bếp

el médico
bác sĩ

el piloto
phi công

el jardinero

người làm vườn

el carpintero

thợ mộc

la modista

thợ may

el juez

chánh án

el farmacéutico

nhà hóa học

el actor

diễn viên

el colectivero

tài xế xe buýt

el taxista

người lái taxi

el pescador

ngư dân

la mucama

người lau dọn vệ sinh

el techista

thợ lợp mái nhà

el mozo

bồi bàn

el cazador

thợ săn

el pintor

họa sĩ

el panadero

thợ làm bánh

el electricista

thợ điện

el albañil

thợ xây dựng

el ingeniero

kỹ sư

el carnicero

người hàng thịt

el plomero

thợ sửa ống nước

el cartero

người đưa thư

el soldado

người lính

el arquitecto

kiến trúc sư

el cajero

nhân viên thu ngân

el florista

người bán hoa

el peluquero

thợ cắt tóc

el cobrador

nhân viên soát vé

el mecánico

thợ cơ khí

el capitán

thuyền trưởng

el dentista

nha sĩ

el científico

nhà khoa học

el rabino

giáo sĩ Do thái

el imán

lãnh tụ Hồi giáo

el monje

nhà sư

el sacerdote

mục sư

el martillo
cây búa

la tenaza
kìm

el destornillador
tua vít

la llave
cờ lê

la linterna
đèn pin

la excavadora

máy xúc đất

la caja de herramientas

hộp dụng cụ

la escalera portátil

cái thang

la sierra

cưa

los clavos

đinh

el taladro

máy khoan

arreglar

sửa chữa

la pala de jardín

cái xẻng

¡Qué bronca!

khốn nạn!

la pala de plástico

cái hót rác

el tacho de pintura

thùng sơn

los tornillos

vít

los instrumentos musicales
nhạc cụ

el parlante
loa

la batería
bộ trống

la guitarra
đàn ghi ta

el contrabajo
đàn công tra bát

la trompeta
kèn trompet

el piano

đàn piano

el violín

đàn vĩ cầm

el bajo

ghi ta bass

los timbales

trống định âm

el tambor

trống

el teclado

đàn organ

el saxofón

kèn Saxophone

la flauta

sáo

el micrófono

micro

la entrada
lối vào

el tigre
con cọp

la jaula
lồng

la cebra
ngựa vằn

el alimento para animales
thức ăn gia súc

el oso panda
gấu trúc

los animales

động vật

el elefante

con voi

el canguro

chuột túi

el rinoceronte

tê giác

el gorila

khỉ đột

el oso

con gấu

el camello

lạc đà

el avestruz

đà điểu

el león

sư tử

el mono

con khỉ

el flamenco

hồng hạc

el loro

con vẹt

el oso polar

gấu bắc cực

el pingüino

chim cánh cụt

el tiburón

cá mập

el pavo real

con công

la serpiente

con rắn

el cocodrilo

cá sấu

el cuidador del zoológico

người trông giữ vườn bách
thú

la foca

hải cẩu

el jaguar

báo đốm

el poni

ngựa lùn

el leopardo

con báo

el hipopótamo

hà mã

la jirafa

hươu cao cổ

el águila

đại bàng

el jabalí

heo rừng

el pescado

cá

la tortuga

con rùa

la morsa

hải mã

el zorro

con cáo

la gacela

linh dương

el fútbol americano
bóng bầu dục Mỹ

el ciclismo
đua xe đạp

el tenis
quần vợt

el básquet
bóng rổ

la natación
bơi

el boxeo
đấm bốc

el hockey sobre hielo
khúc côn cầu trên băng

el fútbol
bóng đá

el bádminton
cầu lông

el atletismo
điền kinh

el handball
bóng ném

el esquí
trượt tuyết

el polo
polo

saltar
nhảy

reír
cười

abrazar
ôm

cantar
ca hát

caminar
đi bộ

rezar
cầu nguyện

besar
hôn

soñar
mơ

escribir

viết

dibujar

vẽ

mostrar

chỉ trỏ

presionar

đẩy

dar

cho

tomar

lấy đi

tener

có

hacer

làm

ser

thì / là

estar parado

đứng

correr

chạy

tirar

kéo

tirar

ném

caer

rơi

estar acostado

nằm

esperar

chờ đợi

llevar

mang vác

estar sentado

ngồi

vestirse

mặc quần áo

dormir

ngủ

despertar

thức dậy

mirar

xem

llorar

khóc

acariciar

vuốt ve

peinar

chải

hablar

nói chuyện

entender

hiểu

preguntar

câu hỏi

escuchar

nghe

beber

uống

comer

ăn

ordenar

dọn dẹp

amar

yêu

cocinar

nấu nướng

manejar

lái xe

volar

bay

navegar

đi thuyền buồm

calcular

tính toán

leer

đọc

aprender

học

trabajar

làm việc

casarse

cưới

coser

khâu vá

cepillarse los dientes

đánh răng

matar

giết

fumar

hút thuốc

enviar

gửi đi

abuela
a nội (ngoại)

el abuelo
ông nội (ngoại)

el padre
cha

la madre
mẹ

el bebé
trẻ con

la hija
con gái

el hijo
con trai

el invitado

khách

la tía

cô (dì)

el tío

chú, bác (cậu)

el hermano

anh (em) trai

la hermana

chị (em) gái

la frente
trán

el ojo
mắt

el hombro
vai

el dedo
ngón tay

la cara
mặt

la pera
cằm

la mano
bàn tay

el pecho
ngực

la pierna
chân

el brazo
cánh tay

el bebé

trẻ con

el hombre

đàn ông

la mujer

phụ nữ

la nena

bé gái

el nene

bé trai

la cabeza

đầu

la espalda

lưng

la panza

bụng

el ombligo

rốn

el dedo del pie

ngón chân

el talón

gót chân

el hueso

xương

la cadera

hông

la rodilla

đầu gối

el codo

khuỷu tay

la nariz

mũi

la cola

mông

la piel

da

el cachete

má

la oreja

tai

el labio

môi

la boca

miệng

el diente

răng

la lengua

lưỡi

el cerebro

não

el corazón

tim

el músculo

cơ bắp

el pulmón

phổi

el hígado

gan

el estómago

dạ dày

los riñones

thận

el sexo

giao hợp

el preservativo

bao cao su

el óvulo

noãn

el semen

tinh dịch

el embarazo

mang thai

la menstruación

kinh nguyệt

la vagina

âm vật

el pene

dương vật

la ceja

lông mày

el pelo

tóc

el cuello

cổ

el hospital
bệnh viện

la ambulancia
xe cứu thương

la silla de ruedas
xe lăn

la fractura
gãy xương

el médico

bác sĩ

la sala de guardia

phòng cấp cứu

la enfermera

y tá

la emergencia

cấp cứu

inconsciente

bất tỉnh

el dolor

cơn đau

la lesión

bị thương

la hemorragia

chảy máu

el infarto

nhồi máu cơ tim

el ACV

đột quỵ

la alergia

dị ứng

la tos

ho

la fiebre

sốt

la gripe

cúm

la diarrea

tiêu chảy

el dolor de cabeza

đau đầu

el cáncer

ung thư

la diabetes

bệnh tiểu đường

el cirujano

bác sĩ phẫu thuật

el bisturí

dao mổ

la operación

giải phẫu

la TC

chụp cắt lớp

los rayos x

chụp x-quang

la ecografía

siêu âm

el barbijo

mặt nạ

la enfermedad

bệnh

la sala de espera

phòng đợi

la muleta

cái nạng

la curita

băng dán vết thương

la venda

băng bó

la inyección

tiêm thuốc

el estetoscopio

ống nghe khám bệnh

la camilla

băng ca

el termómetro

nhiệt kế

el nacimiento

sinh đẻ

el sobrepeso

thừa cân

el audífono

máy trợ thính

el desinfectante

chất khử trùng

la infección

nhiễm trùng

el virus

vi rút

el VIH / SIDA

HIV / AIDS

el remedio

thuốc

la vacunación

tiêm chủng

los comprimidos

thuốc viên

la pastilla anticonceptiva

viên thuốc

a llamada de emergencia

gọi cấp cứu

el tensiómetro

máy đo huyết áp

enfermo / sano

bệnh / khỏe mạnh

¡Ayuda!

cứu!

la alarma

báo động

la agresión

cuộc đột kích

el ataque

sự tấn công

el peligro

mối nguy hiểm

la salida de emergencia

lối thoát hiểm

¡Fuego!

cháy!

el matafuego

bình chữa cháy

el accidente

tai nạn

el botiquín de primeros
auxilios

bộ dụng cụ sơ cứu

el SOS

SOS

la policía

cảnh sát

Europa

châu Âu

América del Norte

Bắc Mỹ

América del Sur

Nam Mỹ

África

châu Phi

Asia

châu Á

Australia

châu Úc

el Atlántico

Đại Tây Dương

el Pacífico

Thái Bình Dương

el Océano Índico

Ấn Độ Dương

el Océano Antártico

Nam Cực Dương

el Océano Ártico

Bắc Băng Dương

el polo norte

bắc cực

el polo sur

nam cực

la Antártida

nam cực

la Tierra

trái đất

la tierra

đất liền

el mar

biển

la isla

đảo

la nación

quốc gia

el estado

nhà nước

la esfera

mặt đồng hồ

la manecilla de las horas

kim chỉ giờ

el minutero

kim chỉ phút

el segundero

kim chỉ giây

¿Qué hora es?

Bây giờ là mấy giờ?

el día

ngày

la hora

thời gian

ahora

bây giờ

el reloj digital

đồng hồ điện tử

el minuto

phút

la hora

giờ

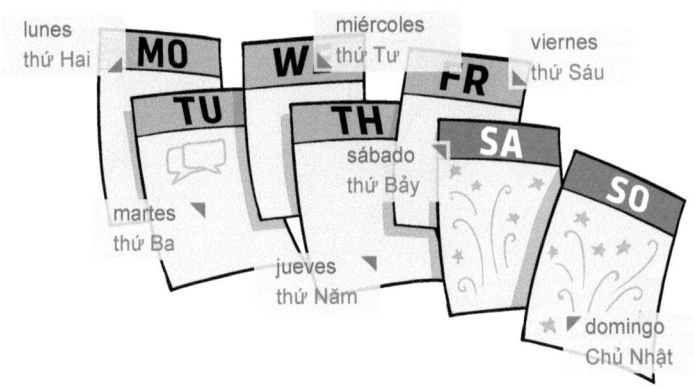

lunes
thứ Hai

miércoles
thứ Tư

viernes
thứ Sáu

martes
thứ Ba

sábado
thứ Bảy

jueves
thứ Năm

domingo
Chủ Nhật

ayer

hôm qua

hoy

hôm nay

mañana

ngày mai

la mañana

buổi sáng

el mediodía

buổi trưa

la tarde

buổi tối

MO	TU	WE	TH	FR	SA	SU
1	2	3	4	5	6	7
8	9	10	11	12	13	14
15	16	17	18	19	20	21
22	23	24	25	26	27	28
29	30	31	1	2	3	4

los días hábiles

ngày làm việc

el fin de semana

cuối tuần

la lluvia
mưa

el arco iris
cầu vồng

la nieve
tuyết

el viento
gió

la primavera
mùa xuân

el otoño
mùa thu

el verano
mùa hè

el invierno
mùa đông

4.APRIL	11°	☀
5.APRIL	4°	🌧
6.APRIL	13°	🌧
7.APRIL	8°	❄
8.APRIL	10°	☀

pronóstico meteorológico

dự báo thời tiết

el termómetro

nhiệt kế

el luz del sol

la luz del sol

ánh nắng

la nube

mây

la niebla

sương mù

la humedad

độ ẩm không khí

el rayo

tia chớp

el trueno

sấm sét

la tormenta

cơn bão

el granizo

mưa đá

el monzón

gió mùa

la inundación

lũ lụt

el hielo

nước đá

enero

tháng Một

febrero

tháng Hai

marzo

tháng Ba

abril

tháng Tư

mayo

tháng Năm

junio

tháng Sáu

julio

tháng Bảy

agosto

tháng Tám

el año - năm

septiembre
....
tháng Chín

octubre
....
tháng Mười

noviembre
....
tháng Mười Một

diciembre
....
tháng Mười Hai

las formas
hình dạng

el círculo
....
hình tròn

el cuadrado
....
hình vuông

el rectángulo
....
hình chữ nhật

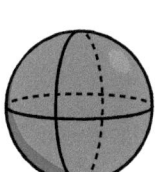

el triángulo
....
hình tam giác

la esfera
....
hình cầu

el cubo
....
khối vuông

blanco

màu trắng

amarillo

màu vàng

naranja

màu cam

rosa

màu hồng

rojo

màu đỏ

violeta

màu tím

azul

màu xanh dương

verde

màu xanh lá cây

marrón

màu nâu

gris

màu xám

negro

màu đen

mucho / poco

nhiều / ít

enojado / tranquilo

tức tối / điềm tĩnh

lindo / feo

xinh đẹp / xấu xí

el principio / el fin

bắt đầu / kết thúc

grande / chico

to / nhỏ

claro / oscuro

sáng / tối

el hermano / la hermana

anh (em) trai / chị (em) gái

limpio / sucio

sạch / bẩn

completo / incompleto

đủ / thiếu

el día / la noche

ngày / đêm

muerto / vivo

chết / sống

ancho / angosto

rộng / chật hẹp

comestible / no comestible

ăn được / không ăn được

malo / amable

ác / tử tế

entusiasmado / aburrido

hào hứng / chán nản

gordo / flaco

béo / gầy

primero / último

đầu tiên / cuối cùng

el amigo / el enemigo

bạn / thù

lleno / vacío

đầy / rỗng

duro / blando

cứng / mềm

pesado / liviano

nặng / nhẹ

el hambre / la sed

đói / khát

enfermo / sano

bệnh / khỏe mạnh

ilegal / legal

bất hợp pháp / hợp pháp

inteligente / estúpido

thông minh / ngu

izquierda / derecha

trái / phải

cerca / lejos

gần / xa

nuevo / usado

móri / cũ

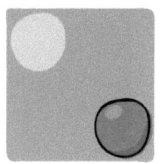

nada / algo

không có gì cả / có cái gì đó

viejo / joven

già / trẻ

encendido / apagado

bật / tắt

abierto / cerrado

mở / đóng

silencioso / ruidoso

im lặng / ồn ào

rico / pobre

giàu / nghèo

correcto / incorrecto

đúng / sai

áspero / suave

sần sùi / mịn màng

triste / contento

buồn / vui

corto / largo

ngắn / dài

lento / rápido

chậm / nhanh

mojado / seco

ẩm ướt / khô ráo

caliente / frío

ấm áp / mát mẻ

guerra / paz

chiến tranh / hòa bình

los opuestos - đối lập

0

cero

số không

1

uno

một

2

dos

hai

3

tres

ba

4

cuatro

bốn

5

cinco

năm

6

seis

sáu

7

siete

bảy

8

ocho

tám

9

nueve

chín

10

diez

mười

11

once

mười một

12

doce

mười hai

13

trece

mười ba

14

catorce

mười bốn

15

quince

mười lăm

16

dieciséis

mười sáu

17

diecisiete

mười bảy

18

dieciocho

mười tám

19

diecinueve

mười chín

20

veinte

hai mươi

100

cien

một trăm

1.000

mil

một ngàn

1.000.000

el millón

một triệu

el inglés

tiếng Anh

el inglés americano

tiếng Anh Mỹ

el chino mandarín

tiếng Quan Thoại

el hindi

tiếng Hin-di

el español

tiếng Tây Ban Nha

el francés

tiếng Pháp

el árabe

tiếng Ả-rập

el ruso

tiếng Nga

el portugués

tiếng Bồ Đào Nha

el bengalí

tiếng Bengal

el alemán

tiếng Đức

el japonés

tiếng Nhật

yo

tôi

vos

bạn

él / ella

anh ta / cô ta / nó

nosotros

chúng tôi

ustedes

các bạn

ellos

họ

¿quién?

ai?

¿qué?

cái gì?

¿cómo?

như thế nào?

¿dónde?

ở đâu?

¿cuándo?

lúc nào?

el nombre

tên

detrás

phía sau

en

ở trong

adelante de

phía trước

por encima de

phía trên

sobre

ở trên

debajo de

ở dưới

al lado de

bên cạnh

entre

ở giữa

el lugar

chỗ